BÁO ĐÁP
CÔNG ƠN
CHA MẸ

BÁO ĐÁP CÔNG ƠN CHA MẸ
NGUYỄN MINH TIẾN - TUỆ ĐĂNG
soạn dịch và chú giải

Bản quyền thuộc về soạn giả và Nhà xuất bản Liên Phật Hội.

Copyright © 2016 by Nguyen Minh Tien
ISBN-13: 978-1545412473
ISBN-10: 1545412472

© All rights reserved. No part of this book may be reproduced by any means without prior written permission from the publisher.

NGUYỄN MINH TIẾN - TUỆ ĐĂNG
Soạn dịch và chú giải

BÁO ĐÁP CÔNG ƠN CHA MẸ

NGUYÊN TÁC

- PHỤ MẪU ÂN NAN BÁO KINH
- THI-CA-LA-VIỆT LỤC PHƯƠNG LỄ KINH

NHÀ XUẤT BẢN LIÊN PHẬT HỘI

Lời giới thiệu

*T*ập sách mỏng này được hình thành từ một ý tưởng sáng tạo khá độc đáo của các tác giả. Nội dung chính của tập sách dựa vào hai bản kinh: Phụ mẫu ân nan báo kinh (父母恩難報經) và Thi-ca-la-việt lục phương lễ kinh (尸迦羅越六方禮經). Tuy nhiên, đây không chỉ là bản dịch tiếng Việt của những kinh này, mà các tác giả đã dựa vào đây để truyền đạt lại nội dung theo phong cách kể chuyện, với lối văn giản dị và trong sáng, dễ hiểu.

Bằng cách này, chắc chắn những nội dung truyền đạt nơi đây sẽ trở nên gần gũi, dễ nắm bắt hơn đối với các bạn trẻ, là đối tượng chính yếu của tập sách.

Mặc dù đã có không ít những lời khuyên dạy về lòng hiếu thảo từ các bậc thánh hiền xưa nay, nhưng những nội dung này có vẻ như chẳng bao giờ là thừa cả. Và mãi mãi về sau có lẽ chúng ta vẫn luôn cần phải nhắc nhở cho nhau về lòng hiếu thuận.

Chính vì thế mà chúng tôi rất vui mừng và xin trân trọng giới thiệu đến tất cả bạn đọc tập sách này.

NHỮNG NGƯỜI THỰC HIỆN

Báo đáp công ơn cha mẹ

Các bạn trẻ thân mến! Chúng ta đều biết rằng hiếu thuận vốn là một truyền thống đạo đức tốt đẹp của dân tộc ta. Các bạn biết không, về phương diện tôn giáo, đạo Phật cũng rất chú trọng đến đạo hiếu.

Qua nhiều sách vở được lưu hành rộng rãi xưa nay, chúng ta thường thấy có nhiều vị tu sĩ rời xa gia đình và thành thị náo nhiệt để vào tận rừng cao núi hiểm tu hành. Có lẽ do đây mà mọi người thường có sự ngộ nhận rằng: Những tu sĩ Phật giáo đều đã dứt bỏ mọi tình cảm. Nhưng thực tế không phải vậy!

Hôm nay, chúng tôi xin gửi đến các bạn một câu chuyện xưa để giúp các bạn có thể hiểu được Phật giáo quan niệm như thế nào về chữ hiếu.

Đây là một câu chuyện xảy ra ở khu vườn Kỳ Thọ Cấp Cô Độc - tại một vùng thuộc Ấn Độ thuở xưa, cách đây hơn hai ngàn năm trăm năm. Lúc bấy giờ, đức Phật thường thuyết pháp cho các đệ tử đại tỳ-kheo[1] và đại Bồ Tát[2] tại nơi này.

---

[1] Tỳ-kheo: là những vị xuất gia tu hành theo đạo Phật. Đại tỳ-kheo là những tỳ-kheo thuộc hàng trưởng thượng, đạo cao đức trọng.

[2] Bồ Tát: là những vị siêng tu Phật pháp, phát tâm đại từ bi cứu độ tất cả chúng sanh, tự lợi lợi tha, nguyện cứu vớt tất cả chúng sinh ra khỏi bể khổ, đồng thành quả Phật. Đại Bồ Tát là những vị Bồ Tát đã tu tập viên mãn công hạnh, chứng ngộ giải thoát, vì hạnh

Một hôm, đức Phật cùng các đệ tử vào xóm khất thực.[1] Đức Phật nhìn thấy một đống xương khô nằm trơ trọi bên đường liền vội cung kính chắp tay bái lạy.

Cử chỉ lạ lùng của đức Phật khiến các vị đệ tử quanh Ngài đều cảm thấy vô cùng kinh ngạc và hồi nghi. Các thầy không thể hiểu được vì sao đức Thế Tôn lại bái lạy đống xương một cách thành kính như vậy.

Khi ấy, thầy *A-nan* là thị giả của đức Phật, liền quì xuống thành kính thưa hỏi:

- "Kính bạch đấng từ phụ kính yêu của chúng con. Ngài là bậc tôn quí nhất trên cõi đời này,[2] sao lại bái lạy một đống xương khô không tên không họ bên đường như thế? Xin ngài chỉ dạy cho chúng con được hiểu."

Sau khi nghe thầy *A-nan* thưa hỏi, đức Phật dịu dàng đáp:

---

nguyện mà vẫn tiếp tục ở trong luân hồi để cứu độ chúng sinh.

[1] Khất thực: hơn hai ngàn năm trăm năm trước, đức Phật vì muốn cho tất cả mọi người đều có được cơ duyên cúng dường các bậc tu hành, gieo trồng phước đức, nên dạy hàng đệ tử xuất gia hằng ngày phải vào thôn xóm nhận thức ăn cúng dường của bá tánh, gọi là đi khất thực. Điều này đồng thời cũng là để tạo cơ hội cho mọi người được nghe giảng giải Phật pháp mà tiến tu phước huệ.

[2] Đức Phật là người đã đạt đến một nhân cách hoàn thiện nhất. Ngài dạy rằng: Việc đạt đến giác ngộ là do nỗ lực của chính mỗi người. Chỉ cần mọi người phát nguyện siêng năng tu tập thì đều có thể thành Phật. Vì đức Phật đã giác ngộ được chân lý và chỉ bày cho chúng ta phương pháp tu hành để đạt đến giác ngộ giống như ngài, cho nên xưng tụng rằng đức Phật là bậc đạo sư tôn quý nhất trên thế gian.

- *"A-nan!* Lời ông hỏi rất phải. Các ông tuy đều là đệ tử của ta, theo ta xuất gia[1] tu học đã lâu, nhưng còn có nhiều việc các ông có thể chưa biết hết. Mặc dầu đây chỉ là một đống xương khô, song biết đâu đó lại chẳng phải là di hài của ông bà cha mẹ trong nhiều đời nhiều kiếp của ta? Các ông hãy nói xem, có đạo đức luân lý nào cấm con cái không được lạy cha mẹ đâu? Vì lẽ thiêng liêng cao cả ấy nên ta mới thành kính lạy đống xương này."

Đức Phật lại dạy tiếp:

- *"A-nan!* Bây giờ ông hãy thử chia đống xương này ra làm hai phần đi! Nên nhớ, xương người nam thì màu trắng và nặng, còn xương người nữ thì đen và nhẹ."

Nghe lời dạy của đức Phật, thầy *A-nan* cảm thấy phân vân, liền chắp tay thưa hỏi:

- "Bạch Thế Tôn! Việc này con thấy khó hiểu quá! Khi con người còn sống, nhờ vào cách ăn mặc, đi đứng mà chúng ta có thể phân biệt được là nam hay nữ. Chứ khi chết rồi, ai cũng thành một đống xương trắng như nhau, làm sao chúng con biết trong đống xương này đâu là xương người nam, đâu là xương người nữ?"

---

[1] Xuất gia: là người lìa bỏ đời sống gia đình, chuyên tâm tu tập theo Phật pháp. Đức Phật dạy rằng: Mọi người vì vướng bận chuyện gia đình nên thân tâm thường phiền muộn, lo âu, không thể đạt được sự an vui tự tại. Còn người xuất gia tu hành, rời bỏ gia đình, vào chùa theo thầy học đạo có thể dứt trừ mọi sự ưu tư phiền muộn, thoát khỏi khổ đau sanh tử, nhờ vậy có thể hướng dẫn, giúp đỡ làm lợi lạc cho tất cả mọi chúng sinh khác.

Lúc đó, đức Phật dạy thầy *A-nan*:

- "Được rồi! Như Lai sẽ nói cho thầy biết vậy! Người đàn ông khi còn sống thường có nhiều điều kiện sinh hoạt tốt hơn, được vào chùa nghe giảng kinh, luật, tôn kính Tam bảo[1] và thường niệm Phật. Vì trong đời sống không phải cạn kiệt khí lực nên sau khi mất xương của người đàn ông thường có màu trắng và nặng. Còn người đàn bà phần nhiều ít có điều kiện học hành, tri thức kém cỏi, không được giữ những cương vị tốt đẹp trong xã hội.[2] Vả lại, người phụ nữ phải trải qua việc sinh nở, nuôi dưỡng con cái vô cùng khó nhọc. Khi nuôi con thì mẹ phải mất đi nhiều sữa. Mà sữa từ đâu ra? Sữa được tạo ra từ chính máu huyết của người mẹ. Nên mẹ mất nhiều sữa để nuôi con thì cũng có nghĩa là hao tổn không biết bao nhiêu máu huyết của mình. Người mẹ phải lao nhọc như vậy nên thân thể gầy mòn tiều tụy. Vì khí lực phải cạn kiệt như thế, nên sau khi chết xương người đàn bà thường có màu đen và nhẹ."

---

[1] Tam Bảo: là ba ngôi báu cao quý nhất trên thế gian, gồm có Đức Phật, Giáo pháp của Phật và chư tăng tu tập theo giáo pháp của Phật, thường nói ngắn gọn là Phật, Pháp và Tăng. Phật là bậc giác ngộ, thấy rõ nguyên nhân của mọi khổ đau trong đời sống và chỉ dạy con đường chấm dứt mọi khổ đau, thoát khỏi sinh tử, nên thế gian tôn xưng Phật là Phật bảo. Pháp là những lời dạy của Phật, là chân lý giúp chúng sinh tu tập theo đó mà thoát khỏi khổ đau, sinh tử, đạt được giác ngộ, nên thế gian tôn xưng là Pháp bảo. Tăng là những vị kế thừa, tự mình tu tập và truyền bá Phật pháp. Nhờ có các vị này mà tất cả mọi người mới có cơ hội tiếp xúc và học hỏi Phật pháp, nên thế gian tôn xưng là Tăng bảo.

[2] Ở đây nói về điều kiện của người phụ nữ trong các xã hội phong kiến xưa kia, thường phổ biến quan điểm trọng nam khinh nữ.

Sau khi nghe đức Phật giảng giải, thầy A-nan mới hiểu được sự vĩ đại và vất vả bấy lâu của cha mẹ. Thầy tự thấy mình chưa làm tròn đạo hiếu với cha mẹ nên âu sầu rơi lệ.

Các bạn trẻ thân mến! Mặc dầu những khó khăn vất vả của cha mẹ trong suốt thời gian nuôi dưỡng chúng ta khôn lớn là hết sức rõ ràng, cụ thể, nhưng phần lớn chúng ta lại không mấy khi lưu tâm đến! Chúng ta thường xem đó như việc tất nhiên phải vậy, nên không chịu để tâm suy xét, chiêm nghiệm để thấu hiểu được sự khổ nhọc mà cha mẹ đã nhiều năm gánh chịu vì ta. Chỉ đến khi chúng ta thực sự khôn lớn, tự lập một gia đình riêng của mình và cũng đi vào con đường khó khăn vất vả của việc nuôi dưỡng con cái, lúc ấy chúng ta thường mới nhận biết được công ơn trời biển của mẹ cha. Nhưng than ôi! Đợi đến khi ấy thì mọi việc thường đã quá muộn màng! Vào lúc đó, có khi cha mẹ đã không còn nữa!

Tôn giả A-nan liền cung kính thưa với đức Phật:

- "Bạch đức Thế Tôn! Ân đức cha mẹ cao cả và sâu dày như vậy, hàng đệ tử chúng con phải làm thế nào mới báo đáp được?"

Đức Phật dạy A-nan:

- "Cha mẹ nuôi dưỡng con cái là một việc rất gian khổ. Nay các ông có lòng hiếu thảo muốn báo đáp công ơn ấy thì nên lắng lòng nghe những lời Như Lai sắp chỉ dạy sau đây.

"Này *A-nan*! Người mẹ mang thai trải qua mười tháng dài, có thể nói là nếm đủ không biết bao nhiêu cay đắng khổ cực. Tháng đầu tiên lúc mới mang thai, mầm sống trong bụng mẹ chỉ giống như hạt sương đọng trên ngọn cỏ, mong manh và có thể tan mất bất cứ lúc nào. Đến tháng thứ hai, mầm sống ấy chỉ như váng sữa đặc, cũng rất mềm yếu.[1]

"Đến tháng thứ ba, thai nhi giống như cục huyết lớn đông đặc. Tròn bốn tháng, cái thai mới có chút hình dạng con người. Các bộ phận chủ yếu như đầu, tay, chân được hình thành khi đủ năm tháng.

"Đến tháng thứ sáu, thai nhi tiếp tục xuất hiện mắt, tai, mũi, lưỡi, miệng... và bắt đầu có cảm giác.

"Đến tháng thứ bảy, xương cốt và gân trong tồn thân thai nhi lần lượt hình thành, và trên lớp da xuất hiện vô số lỗ chân lông.

"Tháng thứ tám, các bộ phận quan trọng của thai nhi phát triển gần như hoàn thiện. Đồng thời chín lỗ trên thân: hai mắt, hai tai, hai lỗ mũi, miệng, hậu môn và đường tiểu tiện cũng được thành hình.

"Kể từ tháng thứ chín trở về sau, thai nhi bắt đầu biết dùng hai tay hai chân đấm đá, khiến người mẹ ăn ngủ không yên. Từ khi thọ thai cho đến lúc cất tiếng khóc chào đời, thai nhi hoàn toàn nhờ vào việc hấp thụ máu huyết của người mẹ được chuyển thành

---

[1] Đoạn này cho thấy sự sống của thai nhi trong hai tháng đầu là rất mong manh, yếu ớt. Nghiên cứu khoa học gần đây cũng cho thấy các trường hợp sẩy thai thường rất dễ xảy ra trong giai đoạn này.

chất dinh dưỡng để duy trì sự sống. Khi gần đủ mười tháng, các bộ phận của hài nhi đều được hoàn chỉnh và đợi ngày ra đời.

"Chỉ mang thai độ hơn chín tháng thôi, mà người mẹ cũng nếm đủ không biết bao nhiêu khổ nhọc rồi."[1]

Các bạn trẻ thân mến! Khoa học ngày nay đã có nhiều tiến bộ cho phép chúng ta quan sát và hiểu được cụ thể từng giai đoạn phát triển của thai nhi trong bụng mẹ, thậm chí có thể ghi lại được cả bằng hình ảnh. Tuy nhiên, việc thai nhi phát triển như thế nào thật ra không phải điều mà mỗi chúng ta cần quan tâm. Điều quan trọng nhất chúng ta cần hiểu được ở đây là nỗi khó nhọc mà người mẹ phải trải qua trong suốt quãng thời gian ấy, cả về mặt tâm lý cũng như vật lý, nhất là đối với những người mẹ trẻ lần đầu mang thai. Thử tưởng tượng xem, từ một người phụ nữ lúc nào cũng ưa thích vẻ đẹp, luôn muốn được xuất hiện một cách thướt tha kiều diễm trước mặt mọi người, nay bỗng nhiên trở thành nặng nề thô kệch, mang thân hình xấu xí không cân đối, lại đi đứng khó khăn, chậm chạp... Những thay đổi này chắc chắn sẽ làm cho người mẹ trẻ phải cảm thấy rất khó chấp nhận, thậm chí có thể trở nên e dè, xấu hổ với người

---

[1] Thời kỳ trưởng thành của thai nhi đòi hỏi một lượng dinh dưỡng rất lớn, đặc biệt là chất canxi và phốt pho. Ở thời điểm này, nếu người mẹ không được cung cấp dinh dưỡng đầy đủ, thai nhi lại lấy dần dưỡng chất trong cơ thể, thì sản phụ có nguy cơ xảy ra các biến chứng như bệnh thiếu máu và bệnh răng nướu.

khác. Tuy nhiên, với tình mẫu tử phát sinh cùng lúc với sự hình thành của thai nhi trong bụng mẹ, thì tất cả những điều đó bỗng trở nên không còn đáng kể nữa. Người mẹ khi ấy lúc nào cũng chỉ còn biết nghĩ đến con, lo lắng cho con, thương yêu nựng nịu con, cho dù lúc ấy con chỉ mới là một bào thai nhỏ bé!

"Đến kỳ sinh nở, cơ thể người mẹ lại mất rất nhiều máu. Nếu sinh dễ, đứa bé cuộn tròn tay chân thì mọi chuyện thuận lợi và giảm bớt sự đau đớn cho sản phụ. Nếu sinh khó, nhất là khi thai nhi có tư thế trái ngược với bình thường thì khi sinh ra người mẹ sẽ phải chịu sự đau đớn không thể tưởng tượng nổi. Nghiêm trọng hơn, bởi người mẹ mất quá nhiều máu nên có thể nguy hiểm cả đến tính mạng.

Nói đến sự nguy hiểm của người mẹ khi sinh nở thì tất cả những người lớn tuổi đều hiểu được, nhưng với các bạn trẻ chúng ta thì có vẻ như ít có ai lưu tâm đến! Các bạn chỉ thấy việc sinh con như một việc rất thông thường, chẳng qua chỉ đến bệnh viện nằm vài ba hôm rồi trở về nhà với em bé, có gì là nguy hiểm đâu? Nhưng các bạn ơi! Sự thật không phải như vậy! Cho dù trong những trường hợp sinh nở dễ dàng thì chúng ta luôn thấy như chẳng có gì đáng nói, nhưng sự thật là bất cứ lần sinh nở nào của một người mẹ cũng luôn ngấm ngầm ẩn chứa rất nhiều nguy cơ đe dọa đến tính mạng. Chẳng thế mà người xưa đã có câu tục ngữ để nói về việc sinh nở khó khăn và nguy hiểm của người đàn bà:

Đàn ông đi biển có đôi,
Đàn bà đi biển mồ côi một mình.

Vâng, quả thật là như thế! Trong cơn sóng gió hiểm nguy và cực kỳ đau đớn của sự sinh nở, không một ai có thể chống chèo, chia sẻ cùng người mẹ! Chỉ có tình mẫu tử là nguồn động lực duy nhất để giúp mẹ vượt qua trùng khơi nguy hiểm đó!

"Vì vậy, con cái đừng bao giờ quên sự khổ nhọc mà mẹ phải chịu đựng khi sinh ra mình. Nếu không ghi nhớ điều này thì chẳng khác gì loài cầm thú!

"Sau khi trải qua bao đau đớn vất vả như đã nói, cuối cùng người mẹ mới sinh được con ra. Nếu nói chi tiết hơn thì công ơn của mẹ đối với chúng ta có ít nhất là mười điều. Mười điều ấy là những điều nào?

"Công ơn thứ nhất là giữ gìn mạng sống cho thai nhi. Thân người khó được, chúng ta không dễ gì có được thân này khi lưu chuyển trong luân hồi.[1] Vì có

---

[1] Theo đạo Phật, đời sống của mỗi chúng sinh đều chịu sự chi phối của nghiệp lực do chính chúng sinh ấy đã tạo ra trong quá khứ. Những chúng sinh tạo nhiều nghiệp ác thì phải thọ sinh vào ba nẻo dữ là địa ngục, ngạ quỷ và súc sinh. Những chúng sinh thường làm nhiều việc lành thì được thọ sinh vào ba cảnh giới tương đối tốt đẹp hơn là cõi trời, cõi người và cõi a-tu-la. Tuy chia làm sáu cảnh giới, nhưng do nghiệp lực thay đổi trong mỗi kiếp sống nên chúng sinh không nhất thiết ở mãi trong một cảnh giới, mà có thể nhờ làm việc lành mà được thọ sinh vào các cảnh giới tốt đẹp hơn, hoặc do làm ác mà phải đọa lạc vào những cảnh giới xấu hơn. Vì tất cả chúng sinh thường xuyên lưu chuyển, thay đổi thọ sinh trong các cảnh giới này nên gọi là luân hồi. Luân là

duyên phận với cha mẹ đời này nên chúng ta mới có thể nương vào thai mẹ để đến với cõi đời. Nhưng để có thân ta, mẹ phải đổi lấy bằng biết bao sự khổ nhọc!

"Thời gian mang thai cũng là lúc vất vả của mẹ. Vì quan tâm lo lắng cho sinh mạng quý báu nhỏ bé đang mang trong mình nên làm việc gì mẹ cũng phải hết sức cẩn thận, chậm rãi. Việc ăn uống cũng phải kiêng dè, thận trọng vì sợ ảnh hưởng không tốt đến thai nhi. Những y phục tốt đẹp mà mẹ ưa thích nay cũng không thể mặc được, vì thân thể mang thai trở nên thô kệch, xấu xí. Mọi cử chỉ, việc làm trong ngày, cho đến những sự đi, đứng, nằm, ngồi đều trở thành khó khăn, bất tiện. Nếu gặp phải những thai nhi thường hay cựa quậy, thúc đạp thì lại càng khổ sở không sao nói hết!

"Ân đức thứ hai là người mẹ phải chịu đau đớn cùng cực khi sanh nở. Sanh con là một việc rất khổ nhọc, đau đớn và nguy hiểm. Rất nhiều người mẹ vì sự sinh nở gặp khó khăn trở ngại mà phải mất cả mạng sống. Dù biết như vậy, nhưng người mẹ vẫn bất chấp sự an nguy của bản thân, chỉ luôn lo lắng con mình sinh ra có được bình an, thuận lợi hay không mà thôi.

---

luân chuyển, hồi là trở lại, vì chúng sinh luân chuyển trở đi trở lại trong chính những cảnh giới mà trước đây đã nhiều lần trải qua. Vì chịu sự chi phối của nghiệp lực, nên muốn thọ sinh được thân người là chuyện rất khó khăn, cần phải tạo ra được những nghiệp lành tương ứng mới có được.

Các bạn trẻ thân mến! Không biết là có bao giờ các bạn đã từng nghĩ đến những mối hiểm nguy đe dọa mạng sống của người mẹ khi sinh con hay chưa? Đó là một điều hiển nhiên có thật. Vì thế, nếu bạn chưa từng nghĩ đến thì sau khi đọc qua những dòng này, bạn hãy thử tìm hiểu xem đó là những mối nguy hiểm như thế nào. Chắc chắn sau khi biết được rồi, bạn sẽ thấy là lâu nay mình chưa thực sự hiểu hết về mẹ, và giờ đây sẽ càng kính yêu mẹ mình nhiều hơn nữa!

"Ân đức thứ ba là mặc dầu vì con mẹ phải chịu mọi đau đớn, nhưng đến khi vừa sinh con xong mẹ lại có thể quên hết khổ nhọc.

Các bạn thân mến! Điều quan tâm nhất của người mẹ chính là sức khoẻ của đứa con vừa sinh ra. Cho nên, dù trong khoảnh khắc phải trải qua muôn ngàn lần đau xé ruột, bất kể sự mệt mỏi đến mức nào, câu hỏi đầu tiên của mẹ bao giờ cũng là: "Con tôi có bình an, có được mạnh khoẻ hay không?" Thật cảm động biết bao phải không các bạn?

"Ân đức thứ tư của cha mẹ là luôn tự chọn lấy phần cay đắng, khó nhọc, nhường phần ngon ngọt, dễ dàng cho con. Sự chăm sóc của cha mẹ đối với con cái vô cùng chu đáo, bất kể ngày đêm. Vì muốn con được hạnh phúc vui vẻ, cho dù bản thân phải chịu bao sự lao lực khổ nhọc, cha mẹ cũng không hề cau mày nhăn mặt. Ân nghĩa sâu nặng của cha mẹ đối với con cái thật không thể nào nói hết!

"Ân đức thứ năm là luôn nhường cho con chỗ nằm ấm áp, khô ráo, còn mẹ thì không nề hà phải co ro nơi giá lạnh.

Các bạn ơi! Mẹ hiền lúc nào cũng săn sóc con rất kỹ lưỡng. Ban đêm, khi con nhỏ tiểu tiện ướt cả mền chiếu, mẹ vội vã bồng con đến chỗ khô ráo, rồi tự mình phải nằm ở nơi ẩm ướt, hôi hám mà không một lời than vãn. Chỉ cần lo cho con ngủ ngon giấc, thân mẹ dù chịu rét lạnh cũng không phiền hà.

"Ân đức thứ sáu là cha mẹ vất vả nuôi dưỡng, dạy dỗ con cái.

Tình thương của mẹ như mặt đất bao la sinh ra mọi vật; sự yêu mến của cha tựa bầu trời mênh mông, bao trùm khắp muôn loài. Mà bất luận là trời hay đất, tình thương của cha mẹ luôn là tình yêu không phân biệt. Chỉ cần là con của mình sinh ra thì dù có xấu xí thế nào cha mẹ cũng không bao giờ ghét bỏ. Dầu cho con có bị tay chân khiếm khuyết, tàn tật, cha mẹ cũng không chán ghét, trái lại càng quan tâm thương yêu hơn nữa. Cha mẹ luôn xem con là vật báu quý nhất mà mình đã rứt ruột sinh ra!

Các bạn thân mến! Mỗi khi chúng ta tiếp xúc với ai đó trong đời, ta luôn có những ấn tượng khác nhau. Có những người khiến ta quý mến, kính trọng ngay khi mới gặp; có những người lại làm ta bực tức, chán ghét... Những ấn tượng khác nhau đó đều do ngoại hình và cung cách ứng xử của người khác mang lại cho ta. Nhưng điều kỳ lạ nhất là đối với cha mẹ thì mọi sự xấu xí, bất tồn hay ngang bướng của con cái đều không bao giờ làm cho cha mẹ ghét bỏ. Chỉ có yêu thương và yêu thương mà thôi! Trong lòng cha mẹ chẳng bao giờ có sự chán ghét con mình, cho dù đó có là một đứa con hư đốn hoặc xấu xí đến mức nào đi chăng nữa!

"Thâm ân thứ bảy là dọn rửa đồ phóng uế của con mà không sợ nhơ nhớp, lấm bẩn.

Bất chấp có khi da dẻ bị lạnh cóng nứt nẻ, mẹ vẫn không phiền hà khi chăm sóc cho con. Dù trước đây người mẹ có là cành vàng lá ngọc, mỹ miều xinh đẹp đến đâu, nhưng qua một thời gian lao lực vì con thì vẻ đẹp như hoa ấy cũng bắt đầu trở nên già nua, tàn tạ. Đôi tay ngọc ngà cũng vì những việc nấu nướng, giặt giũ mà trở thành khô cứng, sù sì. Mẹ tội nghiệp và đáng kính biết bao! Mẹ vì con hy sinh cả tuổi thanh xuân quý giá của mình, để rồi chỉ đổi lấy sự tiều tụy, mệt mỏi.

"Ân đức thứ tám là mỗi khi con đi xa, mẹ ở nhà luôn tựa cửa ngóng chờ, nỗi nhớ con nhạt nhòa trong dòng nước mắt.

Tiễn biệt người thân về cõi thiên thu khiến con người phải đau thương, buồn nhớ. Nhưng người mẹ còn đau buồn nhớ mong gấp bội khi đứa con yêu quí của mình rời xa gia đình. Dù con xa nhà để học tập hay làm việc, cha mẹ cũng đều sớm nhớ tối mong, luôn cầu nguyện cho con luôn được bình an khỏe mạnh. Tâm hồn mẹ như treo lơ lửng giữa không trung, chẳng giây phút nào được yên dạ. Nếu bất hạnh gặp đứa con hư hỏng bỏ nhà ra đi mà không tin tức thư từ gì về, thì cha mẹ chỉ còn biết ngày đêm đổ lệ chờ con.[1]

"Ân đức thứ chín là cha mẹ tự nguyện chịu khổ thay con và luôn thương yêu, tha thứ cho con tất cả.[2]

Vì muốn cho con có điều kiện sống sung túc, cha mẹ không từ bất cứ việc gì. Đôi lúc vì muốn kiếm thêm ít tiền để con được ăn mặc đẹp, được theo kịp chúng bạn mà cha mẹ phải vất vả làm việc suốt cả ngày đêm. Nếu con bị bệnh, cha mẹ lại ngày đêm khấn vái nguyện cầu, mong sao có thể thay con chịu đựng mọi sự đau đớn.[3]

"Thâm ân thứ mười là tình thương cha mẹ dành cho con không bao giờ vơi cạn.

---

[1] Đức Khổng Tử có nói: "Khi cha mẹ còn sống, phận làm con không nên đi xa." (Phụ mẫu tại đường, bất khả viễn du.) Đó là để cha mẹ khỏi phải lo lắng, trông mong. Nếu bất đắc dĩ phải xa nhà thì nên thường xuyên có tin tức về, để cha mẹ được biết mình vẫn bình an thì các vị mới yên lòng.

[2] Thi sĩ Mạnh Giao đời Đường có bài thơ Du tử ngâm (Khúc ngâm của đứa con lang bạt) rất nổi tiếng, trong đó có câu rằng: "Ai dám nói là tấm lòng con cái như tấc cỏ mà đủ để đền đáp công ơn cha mẹ vòi vọi tràn khắp như nắng xuân. (Thùy ngôn thốn thảo tâm, báo đáp tam xuân huy.) Ân tình cha mẹ dành cho con cái thật khó mà báo đáp trong muôn một!

[3] Thật đúng là: "Thân con đau đớn một phần, mẹ cha đứt ruột muôn lần vì con."

Sự thương yêu của cha mẹ đối với con cái nói không thể hết, tả không thể cùng. Như mặt trời, mặt trăng luôn soi sáng khắp nhân gian, tấm lòng cha mẹ cũng luôn hướng về con cái như vậy. Trong mắt mẹ hiền, con mãi mãi là đứa con nhỏ bé của mẹ, dẫu con tuổi đã tám mươi, nhưng trong đôi mắt người mẹ già hơn trăm tuổi vẫn cứ đinh ninh xem con là đứa con bé bỏng. Nếu hỏi tình thương của cha mẹ đối với con cái đến bao giờ mới dứt, thì có lẽ chỉ là khi cha mẹ rời khỏi cõi đời này!

Đức Phật lại dạy tiếp:

- "Công ơn cha mẹ lớn lao là thế, nhưng ta thấy trong thế gian này có rất nhiều kẻ vong ân bội nghĩa, bất hiếu ngỗ nghịch, không biết hiếu dưỡng cha mẹ. Đó là một sự thật đau lòng.

"Các thầy phải hiểu rằng, mẹ mang thai mười tháng như mang một vật nặng trong bụng, ăn không ngon, ngủ không yên, nếm trải đủ mọi sự vất vả khổ nhọc. Đến ngày gần sinh, mẹ lại nơm nớp lo sợ những tình huống xảy ra ngoài ý muốn. Như lỗi heo dê khi bị chọc huyết, máu chảy ra lênh láng khắp mặt đất, người mẹ cũng phải chịu sự đau đớn giày vò như vậy mới sinh được con ra.

Tuy phải mang nặng đẻ đau vì con nhưng mẹ không vì thế mà oán trách, lại dành cho con tình thương bao la bất tận. Sau khi con chào đời, mẹ chẳng nề hà mệt nhọc, bồng ẵm trên tay, ôm ấp trong lòng, dọn rửa phẩn uế để giữ cho con luôn sạch sẽ.

Gặp lúc con tiểu đêm ướt cả giường chiếu, mẹ vội bế con đến chỗ khô ráo, còn mình thì nằm nơi ướt lạnh. Suốt ba năm dài bế bồng bú mớm, người mẹ nào rồi cũng phải thân mòn sức kiệt.

Cha mẹ bỏ ra biết bao tâm huyết để dạy dỗ con thơ ngay từ những bước chân đầu tiên chập chững, cho đến lúc biết đọc biết viết, rồi dạy con hiểu lễ nghĩa, biết liêm sỉ. Cho đến lớn khôn, vì lo việc dựng vợ gả chồng, gầy dựng sự nghiệp cho con mà cha mẹ lại phải vất vả ngược xuôi, xoay xở tiền bạc, nhưng chẳng mong gì sự đền đáp về sau.

Khi con bị bệnh thì cha mẹ đêm ngày cũng không yên dạ, chạy chữa khắp nơi, bất kể hao tốn bao nhiêu cũng không nề. Cha mẹ sớm hôm một nắng hai sương lo lắng cho con như thế, cũng chỉ mong con mau được khôn lớn, thành người hữu ích. Nhưng nào hay vừa được lớn khôn, rất nhiều người không những không giữ được sự lễ phép mà còn nặng lời lớn tiếng với cha mẹ. Lại khi cùng với anh, chị, em ngồi lại bàn bạc thì một lời cũng không hòa thuận, va chạm đến là sừng sộ, cãi vã... Dù anh em, chú bác có khuyên răn cách mấy cũng chẳng ăn năn sửa đổi. Một người đánh đập, chửi mắng anh em ruột thịt mà không chút đoái hồi tình máu mủ, thì dù có học hành đến đâu cũng chẳng khác nào kẻ không biết lễ nghĩa, không có lòng hổ thẹn!

Lúc đi lúc về không thưa trình cha mẹ, nói năng vô lễ, cử chỉ ngạo mạn... Dù song thân hết lời dạy bảo, cô dì, chú bác cạn lẽ khuyên răn nhưng vẫn không đoái hồi đến. Bởi do tuổi nhỏ không biết gì lại được người lớn che chở, nuông chiều, lâu ngày chày tháng thành thói quen nên không còn coi ai ra gì cả. Đến khi lớn lên, tính tình càng thay đổi càng tỏ ra ngang ngược. Làm chuyện lầm lỗi đã không tự hối cải, ngược lại còn sanh lòng oán giận, đụng đến là bỏ nhà ra đi. Phiêu bạt chốn giang hồ, kết giao với những kẻ lọc lừa, gian trá, rồi dần dần cho những việc xấu xa là lối sống mới, là đương nhiên như vậy!

Lại có những kẻ sau khi bỏ nhà ra đi bị kẻ xấu dụ dỗ nên lưu lạc đến xứ người. Cũng có người vì đi đây đó tìm kế sinh nhai hoặc do công việc mà phải lìa xa quê hương. Đến khi tuổi tác đã lớn, không đợi sự ưng thuận của cha mẹ mà tự động cưới vợ, lấy chồng, sanh con đẻ cái. Lúc thì vướng chuyện này, khi thì mắc việc nọ, dần dà lâu ngày chẳng còn muốn trở về quê nhà nữa.

"Lại có một số người bất hạnh gặp phải những kẻ xấu khi lưu lạc xứ người, nếu bản thân không cẩn thận thì thường bị hãm hại, rồi chôn vùi cuộc đời trong chốn lao ngục.

Cũng có người bị cái nghèo và bệnh tật bức bách,

đến nỗi lâm vào cảnh khốn cùng kiệt quệ, đã không được mọi người quan tâm giúp đỡ, trái lại còn bị ruồng rẫy. Thậm chí có lúc bệnh chết ngồi đường không người chôn cất. Từ đó, xương trắng phơi sương, hồn ma vất vưởng nơi đất khách quê người, chẳng bao giờ còn có cơ hội gặp lại người thân.

"Than ôi! Thật uổng phí cho thâm ân nuôi dưỡng và biết bao kỳ vọng thiết tha của cha mẹ!

"Nhưng đáng thương hơn cả là tấm lòng cha mẹ, ở nơi quê nhà chẳng hề hay biết gì! Vì quá thương con nên cứ ngày ngày mong ngóng, tin chắc rồi con sẽ trở về. Do nhớ mong nên chẳng còn lòng dạ nào để làm lụng, ngủ nghỉ. Đôi mắt cũng mờ dần theo giọt lệ mỏi mòn thương nhớ. Hoặc giả vì buồn thương quá độ mà thành bệnh, có khi phải ôm buồn tủi xuống tận suối vàng! Dù hình hài đã mất, thần hồn về nơi âm cảnh, nhưng tình thương của cha mẹ đối với con cái cũng không bao giờ nguôi ngoai!"

Các bạn thân mến! Các bạn có biết không, những đứa con bất hiếu như thế, tuy có thể không thấy vướng bận gì khi lìa đời nơi xứ người, nhưng cái chết ấy có làm vơi được sự hồi vọng ngày ngày của cha mẹ ở quê nhà hay không?

Từ lúc con ra đi, cha mẹ có giây phút nào là không mong ngóng, nhớ thương con?

"Lại có những đứa con không lo học hành, suốt ngày tụ tập kết thành bè đảng với lũ bạn xấu, giong ruổi khắp nơi, quậy phá và làm những chuyện bại hoại đạo đức, để rồi không chỉ gây liên lụy cho người trong nhà mà còn khiến cho cha mẹ phải buồn tủi, thất vọng.

Những đứa con ấy, ra đi từ lúc mặt trời mọc đến chạng vạng tối mới về nhà, chẳng quan tâm gì đến cha mẹ ở nhà có cảm thấy lạc lõng hiu quạnh, có cần người giúp đỡ chăm sóc hay không. Đến khi tuổi càng cao, cha mẹ lại chịu nhiều tủi nhục trước sự cười chê của người đời vì sự bất hiếu, hư đốn của con cái.

"Cũng có những người con chỉ còn cha hoặc mẹ, lẽ ra phải hết lòng hiếu thuận, chăm nom, nhưng lại không làm được như vậy.

Chúng ta thường thấy những đứa con này bỏ mặc cha mẹ hiu quạnh, cô đơn, héo hon trong căn nhà trống vắng trơ trọi, giống như người khách lạ ở trong nhà trọ, dù có bị đói rách hay không cũng chẳng ai hay biết!

Những người cha mẹ gặp phải tình cảnh này cũng chỉ biết đêm đêm âm thầm rơi lệ than thở mà thôi!

Ngoài ra, chúng ta còn thấy có những người vì muốn làm hài lòng vợ con nên đối với vợ con thì bảo sao làm vậy, lại cung ứng tiền của, áo cơm cho vợ con hưởng thụ, không những không chút than vãn mà cũng chẳng dè dặt. Nhưng đối với lời dạy của cha mẹ thì lại bỏ hết ngoài tai, cũng không có chút lòng tôn kính!

"Lại có những người con gái trước khi chưa lấy chồng thì hiếu thảo với cha mẹ, nhưng sau khi lấy chồng rồi thì lại bất hiếu.

Cha mẹ có nói đến vài câu không vui liền sanh lòng hờn dỗi, còn chồng mình đánh đập chửi mắng lại cam tâm chịu đựng! Sau khi có chồng thì xem mọi việc bên chồng là hơn hết, còn đối với cha mẹ đã sinh ra mình thì lần lần nguội lạnh, cách xa!

"Lại có những đứa con gái bất hiếu, sau khi lên xe hoa về nhà chồng rồi thì hiếm khi thấy về thăm cha mẹ, mà cũng chẳng còn lòng thương kính cha mẹ!

Thư từ không viết, điện tín cũng không! Thương cho bậc làm cha làm mẹ, bởi thương con lấy chồng xa nhà mà phải cơm canh không ngon, ngủ chẳng trọn giấc. Như người miệng lưỡi khô khan, khao khát uống được giọt nước mát ngọt, tình thương của cha mẹ đối với con cái cũng giống như vậy, không có giây phút nào không nhớ mong con!

"Công ơn cha mẹ như núi cao biển rộng, còn tội bất hiếu với cha mẹ thì dù nói thế nào cũng không hết được."

Sau khi nghe Đức Phật giải thích rõ công ơn cao cả của cha mẹ, các thầy đều cảm thấy vô cùng đau xót. Mọi người quỳ xuống ngậm ngùi rơi lệ, thành tâm bày tỏ lòng ăn năn sám hối đối với những việc bất hiếu trước đây của mình. Các thầy đều hiểu rõ, công ơn cha mẹ thật sâu dày như núi cao, biển rộng!

Lúc ấy, các vị đệ tử bạch Đức Phật rằng:

- "Xin đức Thế Tôn rủ lòng thương xót! Xin Người hãy cứu lấy đàn con ngu dại, cho chúng con có cơ hội chuộc lại lỗi lầm. Xin chỉ bày cho chúng con biết cách nào để báo đáp thâm ân cao cả của cha mẹ."

Lúc bấy giờ, Đức Phật dùng tám thứ Phạm âm thanh tịnh,[1] vi diệu để nói với Đại chúng rằng:

- "Này các *tỳ-kheo*! Nếu như có người trên vai trái cõng cha, vai phải gánh mẹ, đi quanh hòn núi Tu-di,[2] trải qua một thời gian dài, đến nỗi da thịt nát tan, máu huyết khô cạn, thì cũng không thể báo đáp được thâm ân cao cả của cha mẹ.

"Nếu có người bất hạnh sanh vào thời mất mùa đói kém, vì không muốn song thân bị đói khát nên cắt xẻo da thịt của chính mình để phụng dưỡng cha

---

[1] Tám thứ Phạm âm thanh tịnh, vi diệu: là các loại âm thanh của những cõi trời, trong sạch không ô nhiễm, khiến người nghe được thân tâm khoái lạc, được phân ra như sau: 1. âm thanh rất hay, 2. âm thanh dịu dàng, 3. âm thanh hiền từ hòa nhã, 4. âm thanh tôn quý, trí tuệ, 5. âm thanh không mang âm điệu người nữ, 6. âm thanh không sai lệch, 7. âm thanh sâu xa, vang rộng; và 8. âm thanh trong trẻo không bị khàn.

[2] Núi Tu-di (Meru), còn gọi là núi chúa Tu-di, dịch nghĩa là Diệu Cao, chỉ ngọn núi cao nhất, được xem là trung tâm của một thế giới. Trong vũ trụ rộng lớn vô lượng vô biên có vô số thế giới, trong mỗi thế giới đều có một ngọn núi chúa Tu-di cao nhất, cho nên có vô số ngọn núi Tu-di.

mẹ. Việc làm như thế so với ân đức của cha mẹ chẳng qua cũng chỉ nhỏ nhoi như một hạt bụi mà thôi. Dẫu da thịt tồn thân đều cắt xẻo ra hết cũng không báo đáp được thâm ân của cha mẹ.[1]

"Giả sử có người vì cha mẹ mà dùng dao sắc nhọn móc lấy hai mắt mình, dâng cúng chư Phật và Bồ Tát, hy vọng có thể lấy công đức của việc này để hồi hướng, cầu nguyện cho cha mẹ được sống lâu, mạnh khỏe. Tấm lòng hiếu thảo như vậy thật lớn lao, nhưng cũng không đủ để báo đáp được thâm ân sâu dày của cha mẹ trong muôn một.

"Hoặc giả có người vì cha mẹ đốt thân cúng dường Phật và Bồ Tát, mong lấy công đức này hồi hướng nguyện cầu cho cha mẹ được an vui, sống lâu. Lòng hiếu thảo ấy cũng chưa đủ để báo đáp được thâm ân của cha mẹ trong muôn một.

"Nếu có người vì cha mẹ mà dùng dao moi lấy tim gan, dù máu tuôn khắp đất cũng không sợ đau đớn. Lòng hiếu thảo như vậy vẫn chưa đủ để báo đáp được ân đức cao cả của cha mẹ trong muôn một.

"Giả sử có người vì cha mẹ mà cam tâm chịu đau đớn cắt xẻo, để cho trăm ngàn mũi dao nhọn đâm xuyên qua thân. Lòng hiếu thảo như vậy cũng chưa đủ để báo đáp công ơn cha mẹ trong muôn một.

---

[1] Đức Phật nêu ví dụ này để nhấn mạnh rằng công ơn của cha mẹ là sâu xa, to lớn, dẫu hết lòng báo đáp như thế cũng còn chưa báo đáp hết được. Vì thế, các bạn trẻ nên hiểu rằng ở đây không hề có ý khuyến khích việc báo đáp công ơn cha mẹ bằng cách tự làm tổn thương chính bản thân mình.

"Ví như có người vì cha mẹ mà có thể chịu đau đớn khi gân, xương, máu, tủy bị đứt rời tuôn chảy... Nhưng như vậy cũng chưa đủ để báo đáp được công ơn cha mẹ trong muôn một.

"Hoặc như có người vì cha mẹ mà nguyện nuốt hết các hòn sắt nóng, dù thân thể bị thiêu cháy, đau đớn thế nào cũng xin chịu hết. Nhưng việc làm như thế cũng không đủ để báo đáp được thâm ân của cha mẹ."

Các bạn trẻ thân mến! Những ví dụ được nêu ra ở đây là muốn chỉ rõ ra rằng, cho dù con cái có thật tâm làm được những việc khó làm, chịu đựng hết thảy những điều rất khó chịu đựng, để mong báo đáp công ơn cha mẹ, thì điều đó cũng chỉ có được một phần kết quả rất hạn chế. Huống chi những người suốt đời không hề nghĩ đến việc báo đáp công ơn cha mẹ? Sở dĩ như thế là vì những việc làm vừa kể trên dẫu có khó khăn và thể hiện sự thành tâm của con trẻ, nhưng cũng chỉ báo đáp được phần nào sự lao nhọc của cha mẹ mà thôi, chưa thể so sánh được với tình thương bao la không bờ bến mà cha mẹ đã luôn dành cho con tự thuở lọt lòng. Vì thế, cách duy nhất để báo đáp công ơn cha mẹ là phải cố gắng tu dưỡng để trở thành người tốt, và khuyên dạy, chỉ bảo cho nhiều người khác cũng đều trở thành người tốt như mình. Nhờ công đức đó, may ra mới có thể đáp đền được công ơn cha mẹ.

Lúc ấy, sau khi nghe Đức Phật nói về ân đức sâu dày không thể kể xiết của cha mẹ, các thầy đều gục đầu khóc nức nở, cảm thấy đau đớn như có hàng ngàn mũi dao đâm xé trong tâm mình. Nhưng các thầy đều không biết phải báo đáp công ơn cha mẹ như thế nào, nên cùng nhau bạch Phật:

– "Bạch đức Thế Tôn! Bây giờ chúng con mới biết mình là những đứa con bất hiếu, nhưng chúng con biết làm thế nào đây, thưa Thế Tôn?"

Đức Phật thấy các đệ tử đều có lòng hổ thẹn, bèn dạy rằng:

– "Này các *tỳ-kheo*! Như muốn báo đáp thâm ân của cha mẹ, các thầy nên sao chép, đọc tụng quyển kinh này, hoặc cúng dường Tam bảo, giữ giới,[1] ăn chay, sám hối mọi tội lỗi, rồi hồi hướng công đức ấy cho cha mẹ. Cũng có thể làm việc bố thí gieo ruộng phước.[2]

---

[1] Giữ giới: tức là vâng giữ theo giới luật do đức Phật chế định. Hàng đệ tử Phật tùy theo công hạnh tu tập đều được dạy phải vâng giữ theo những giới khác nhau, như có giới của hàng tỳ-kheo, giới của tỳ-kheo ni, giới của hàng cư sĩ tại gia... Mỗi người khi đã phát nguyện giữ giới và được truyền giới thì phải hết lòng vâng giữ, dù có hy sinh tính mạng cũng không phạm vào giới luật. Như vậy gọi là giữ giới. Hàng cư sĩ tại gia có năm giới căn bản phải vâng giữ, gọi là Ngũ giới, bao gồm: 1. Không giết hại sinh mạng; 2. Không trộm cướp hay dùng bất kỳ phương cách nào để lấy được tài sản nào của người khác mà không được sự ưng thuận, cho phép của họ; 3. Không tà dâm, luôn giữ đời sống chung thủy một vợ một chồng, không làm việc dâm dục với những người không phải là vợ hoặc chồng mình; 4. Không nói dối, suốt đời nguyện chỉ nói ra những điều chân chánh, đúng với sự thật; 5. Không uống rượu và các chất gây say.

[2] Gieo ruộng phước: Việc làm lành cũng như kẻ gieo hạt giống

"Nếu có thể vì song thân làm được các việc trên, thì đó đích thực là người con hiếu thảo. Bằng chẳng được như vậy lại gây thêm nhiều điều ác thì nhất định sẽ rơi vào địa ngục ngay sau khi chết."

Cách báo đáp công ơn cha mẹ như thế này mới thật là trọn vẹn, vì không chỉ giúp cha mẹ đỡ phần lao nhọc mà còn mở ra con đường tu tập thoát khỏi sinh tử luân hồi. Vì thế, việc sao chép truyền bá kinh điển là rất quan trọng, có thể giúp cho nhiều được có được sự hiểu biết chân chánh để làm theo; và sự phát tâm hồi hướng sẽ giúp cho mọi việc làm phước thiện đều trở nên có ý nghĩa sâu xa, chính đáng hơn. Như vậy, chẳng những có thể báo đáp được công ơn cha mẹ, mà tự thân mình cũng vĩnh viễn được thoát khỏi việc tái sinh trong các đường ác: địa ngục, ngạ quỷ và súc sinh.

Rồi Đức Phật dạy tiếp:

- "Những người con bất hiếu, sau khi chết sẽ đến chịu tội ở ngục Vô gián.[1] Trong ngục này, bốn phía đều là tường đồng vách sắt, bên trên giăng đầy lưới sắt, dưới lại có một lớp sắt dày nóng đỏ. Ngọn lửa từ các phía cháy phủ lại, trên không có thêm những

xuống ruộng, sẽ có ngày được gặt hái kết quả, vì thế nên gọi là gieo ruộng phước, vì bố thí, làm việc thiện thì chắc chắn sẽ có ngày gặt hái được nhiều phước lành.

[1] Địa ngục Vô gián: cũng gọi là địa ngục A-tỳ, do phiên âm tiếng Phạn là Avīci. Vì những tội nhân chịu hành hình trong ngục ấy không có một phút giây nào được tạm gián đoạn, nên gọi là Vô gián.

luồng sấm chớp ngoằn ngoèo. Nước đồng sôi và nước sắt nóng thay nhau rót xối xả lên người phạm nhân, khiến họ đau đớn đến hồn xiêu phách tán. Thêm vào đó, chó đồng rắn sắt hung dữ đến giằng xé cắn nuốt người có tội, nên họ không bị phanh thây cũng bị thiêu nướng. Nỗi khổ nói không bao giờ hết!

"Lại có loại địa ngục trên không trung giáo mác không ngớt lao xuống đâm chém người có tội, khắp nơi rền vang tiếng kim khí, cả bầu trời toàn là rừng kiếm, xe đao, do các mũi kiếm nhọn tạo thành. Tất cả tội nhân đều bị treo ngược lơ lửng giữa không trung nên không ai không bị đao kiếm đâm chém. Những phạm nhân chịu hình phạt khổ đau cùng cực như vậy đều là do đã làm những việc ác độc và bất hiếu với cha mẹ.

"Ngoài ra, sau khi chịu xong hình phạt ở địa ngục này, phạm nhân lại bị đưa vào chịu tội ở một địa ngục khác. Ví dụ như có địa ngục trên đầu tội nhân phải đội chậu lửa cháy hừng hực, hoặc có bánh xe sắt nghiền đi nghiền lại trên thân tội nhân khiến ruột gan xương thịt của họ bị nghiền nát, đau đớn muôn phần.

"Dù bị trừng phạt tàn khốc như vậy nhưng người có tội cũng không thể chết hẳn. Mỗi ngày họ phải chết đi sống lại đến muôn lần. Bị trừng phạt như vậy là do lúc còn sống họ phạm vào các tội ngũ nghịch,[1] bất hiếu với cha mẹ."

---

[1] Tội ngũ nghịch: là năm tội lớn gồm có: 1. Giết cha, 2. Giết mẹ, 3. Giết vị A-la-hán; 4. Phá sự hòa hợp của Tăng đoàn; 5. Làm thân Phật chảy máu hoặc hủy hoại tháp miếu, tranh tượng Phật.

Báo đáp công ơn cha mẹ

Các bạn trẻ thân mến! Nói đến địa ngục thì trong kinh Phật dạy rằng đó chính là sự chiêu cảm bởi các nghiệp ác mà chúng sinh đã làm. Vì nghiệp ác có vô số hình thức khác nhau, nên địa ngục cũng có vô số cách hành hình, thọ khổ khác nhau. Những gì được mô tả trên đây cũng chỉ là một phần tiêu biểu mà thôi, không thể nào nói hết được những đau đớn khổ sở mà người tạo nghiệp ác phải lãnh chịu. Vì thế, trong kinh Phật có dạy rằng, cách tốt nhất để tránh được những khổ đau trong địa ngục là đừng bao giờ làm các điều ác. Bởi vậy, tuy Phật thuyết dạy rất nhiều kinh điển, nhưng trong kinh Đại Bát Niết-bàn có kệ tóm lại lời Phật dạy như sau:

Không làm các việc ác,
Thành tựu các hạnh lành,
Giữ tâm ý trong sạch,
Chính lời chư Phật dạy.

Đức Phật lại dạy thêm:

- "Cách tốt nhất để báo đáp công ơn cha mẹ không gì bằng việc góp sức sao chép hoặc in ấn và phổ biến rộng rãi kinh này. Nếu in ra được một quyển tức là đã gieo nhân duyên gặp được một vị Phật cho cha mẹ và chính mình. Nếu in được mười quyển thì về sau có thể gặp được mười vị Phật. Từ đó mà suy ra, nếu in ra được trăm cuốn, ngàn cuốn thì sẽ có công đức được gặp trăm ngàn vị Phật.

"Những người con hiếu thảo nhờ góp sức in kinh

và khuyên mọi người hiếu dưỡng cha mẹ nên được chư Phật và Bồ Tát luôn gần gũi, phù hộ. Đồng thời cha mẹ và chính bản thân người ấy đều sẽ được sanh về cõi trời, thụ hưởng sự an vui ngay sau khi qua đời, không bị đọa vào địa ngục chịu cực hình."[1]

Sau khi nghe Đức Phật giảng giải về những tội lỗi nặng nề cùng báo ứng của những người con bất hiếu, tất cả các thầy *tỳ-kheo* đều thành tâm sám hối và phát nguyện rằng:

- "Từ nay mãi mãi về sau, cho dù thịt nát xương tan chúng con cũng nguyện một lòng vâng theo lời dạy của đức Thế Tôn, không dám sai phạm.

"Cho dù có người dùng móc nhọn kéo lưỡi chúng con ra, rồi dùng cày sắt cày bừa trên đó như cày ruộng đất, làm cho máu chảy thành dòng, hoặc dùng bất cứ một thủ đoạn đáng sợ nào để đe dọa chúng con phải thay đổi lời nguyện hôm nay, thì chúng con thà chịu đau đớn chứ quyết không bao giờ làm trái lời Phật dạy."

Các bạn trẻ thân mến! Việc giữ giới là cực kỳ quan trọng. Khi Phật sắp nhập Niết-bàn có dạy

---

[1] Tục ngữ có câu: "Lời hay khuyên được một đời, sách hay ích lợi cho người ngàn năm." Vì thế, dùng lời khuyên người làm thiện thì chỉ có ảnh hưởng trong một thời gian ngắn, và số người được nghe cũng giới hạn; còn lưu hành được một quyển sách hay thì sẽ có ảnh hưởng rộng lớn và lâu dài hơn, vì có thể truyền bá qua nhiều năm cũng như số lượng người đọc đông đảo hơn nhiều. Nếu là truyền bá kinh điển Phật dạy thì lợi ích càng lớn lao hơn nữa, không thể kể xiết!

các thầy tỳ-kheo rằng: "Sau khi ta nhập diệt, các ông cần phải lấy giới luật làm thầy." Giữ theo giới luật cũng chính là ghi nhớ và làm đúng theo lời Phật dạy. Vì thế mà ở đây các thầy tỳ-kheo đã phát nguyện kiên cố, quyết tâm làm đúng theo lời Phật dạy, cho dù có phải hy sinh tính mạng cũng không làm sai. Còn các bạn thì sao? Nếu đã hiểu được những lời Phật dạy là chân lý phù hợp với đời sống chân chánh, bạn có quyết tâm làm theo hay không? Bạn có tự hứa sẽ trở thành một người con hiếu thảo, nguyện báo đáp công ơn cha mẹ hay không?

Sau đó, tôn giả *A-nan* từ chỗ ngồi đứng dậy, cung kính bạch Phật:

- "Bạch đức Thế Tôn, chúng con phải gọi tên kinh này là gì để tiện việc giữ gìn và làm theo?"

Lúc ấy, Đức Phật dạy các vị *tỳ-kheo* rằng:

- "Kinh này nên đặt tên là kinh 'Báo đáp công ơn cha mẹ'. Mọi người hãy ghi nhớ và y theo đó thực hành cho tốt!"

Sau khi nghe lời Phật dạy, các thầy *tỳ-kheo* đều tỉnh ngộ và cảm thấy rất vui mừng, trong lòng ngập tràn niềm hân hoan, nguyện đời đời kiếp kiếp vâng theo lời Phật và mãi mãi không quên sự hiếu thảo, phụng dưỡng cha mẹ.

Sau đó, mọi người cung kính đảnh lễ Đức Phật rồi lui ra, pháp hội đến đây kết thúc.

Phật dạy kinh Lễ bái sáu phương

Các bạn trẻ thân mến! Lòng hiếu thuận được đức Phật chỉ dạy và nhắc nhở đến trong rất nhiều kinh điển. Qua câu chuyện hôm nay, hẳn các bạn đã thấy được sự lớn lao vĩ đại của công ơn cha mẹ, cũng như trách nhiệm của một người con hiếu phải như thế nào. Tuy nhiên, để các bạn hiểu rõ hơn nữa lời dạy của đức Phật, chúng tôi xin mời các bạn nghe thêm câu chuyện sau đây, cũng xảy ra vào thời đức Phật còn tại thế. Qua đó, đức Phật không chỉ giảng dạy về đạo hiếu của một người con, mà còn ân cần chỉ dạy về nhiều mối quan hệ khác trong xã hội, để giúp bạn trở thành một người tốt, hữu ích cho xã hội.

Các bạn thân mến! Chàng trai trẻ trong câu chuyện này có tên là Thi-ca-la-việt, hay Thiện Sanh, cũng là một người còn rất trẻ như các bạn. Và chính những lời dạy ân cần của đức Thế Tôn đã giúp cho chàng trai này được thức tỉnh, thấu hiểu được ý nghĩa của cuộc sống cũng như những mối quan hệ tốt đẹp trong đời sống.

Khi ấy, đức Phật đang ở tại thành Vương Xá,[1] vào buổi sáng sớm đi khất thực, nhìn xa xa về phía núi Kê Túc[2] thấy có một chàng con nhà trưởng giả

---

[1] Thành Vương Xá, tên Phạn ngữ la **Rājagṛha**, dịch âm là La-duyệt.

[2] Núi Kê Túc (Kê Túc sơn), tên Phạn ngữ là **Kukkuṭapada**, dịch âm là Khuất-khuất-trá-bá-đà (屈屈吒播陀). Núi này thuộc địa

tên *Thi-ca-la-việt*[1] đang chải đầu, súc miệng, rửa mặt, thay y phục sạch sẽ, rồi hướng về phương đông lạy 4 lạy, hướng về phương nam, phương tây, phương bắc cũng lạy mỗi phương 4 lạy, lại hướng lên trời lạy 4 lạy, hướng xuống đất lạy 4 lạy.

Đức Phật liền đến nhà người ấy, hỏi: "Con đang làm gì vậy?"

Thi-ca-la-việt đáp: "Con ở đây lễ lạy sáu phương."

Đức Phật hỏi: "Lễ lạy sáu phương như vậy là theo pháp gì?"

Thi-ca-la-việt đáp: "Khi cha mẹ còn sống có dạy con mỗi buổi sáng sớm phải lễ lạy sáu phương, con cũng không hiểu để làm gì. Nay cha mẹ đã qua đời, con không dám trái lời dạy."

Phật nói: "Cha mẹ con dạy việc lễ lạy sáu phương không phải dùng thân lễ lạy như thế. Con đã hiểu sai ý của cha mẹ con rồi."

Thi-ca-la-việt liền quỳ xuống thưa: "Xin Phật từ bi vì con giảng giải ý nghĩa việc lễ lạy sáu phương."

Phật dạy: "Được, con hãy lắng nghe cho kỹ! Hãy để tâm vào lời dạy, ta sẽ vì con giảng rõ.

"Hàng trưởng giả, những người trí thức, nếu như

---

phận nước Ma-kiệt-đà (Magadha), cũng có tên là núi Gurupada (Cũ-lô-bá-đà - 窶盧播陀), dịch nghĩa là Tôn Túc, là nơi Tôn giả Ca-diếp từng nhập định.

[1] Thi-ca-la-việt, phiên âm từ Phạn ngữ là **Sīṅgālaka**, dịch nghĩa là Thiện Sanh.

có thể trừ dứt sáu pháp xấu ác, đó chính là lễ lạy sáu phương.

"Những gì là sáu pháp xấu ác? Một là tham uống rượu, hai là mê cờ bạc, ba là thích ngủ sớm dậy trễ, bốn là ưa mời thỉnh khách khứa, năm là thích kết giao cùng kẻ xấu, sáu là ham thích việc giết hại, lừa gạt, dan díu vợ người. Nếu có thể trừ dứt sáu việc ấy, đó là lễ lạy sáu phương.

"Nếu con không trừ được sáu việc ấy thì sự lễ lạy nào có ích gì? Lại còn lan tràn tiếng xấu, việc nhà rối loạn, tiền của tiêu tốn, thân thể yếu đuối, gầy còm, việc lành ngày càng mai một, kẻ xa người gần không còn ai kính trọng!

"Này chàng trai! Nên biết chọn người tốt để giao tiếp, học hỏi theo; tránh xa những người xấu ác. Như ta từ vô số kiếp trước vẫn thường gần gũi những bậc thiện tri thức, nay mới được thành quả Phật."

Các bạn trẻ thân mến! Lời xưa thường nói: "Chọn bạn mà chơi"; lại cũng nói rằng: "Gần mực thì đen, gần đèn thì sáng." Nếu các bạn hiểu được và vâng theo những lời Phật dạy nơi đây, từ bỏ những thói xấu vừa kể trên, thì lo gì không trở thành một người tốt đẹp?

Phật lại bảo *Thi-ca-la-việt*: "Bảo con lễ lạy phương đông là có ý nghĩa phụng dưỡng cha mẹ phải nhớ 5 điều. Một là hết lòng hiếu kính, chăm nom thăm viếng, thường khiến cha mẹ vui lòng. Hai là mỗi ngày dậy sớm, sắp xếp việc nhà, việc cơm nước, luôn giữ theo nếp nhà cần kiệm. Ba là thay cha mẹ làm mọi việc nặng nhọc. Bốn là luôn nhớ nghĩ đến công ơn cha mẹ. Năm là khi cha mẹ có bệnh tật phải hết lòng lo lắng, tìm thầy thuốc chữa trị.

Các bạn thân mến! Năm điều Phật dạy ở đây có lẽ không quá khó khăn đối với bất cứ ai trong chúng ta. Chỉ cần các bạn có sự lưu tâm thì chắc chắn đều có thể làm được. Tuy nhiên, điều khó khăn chính là ở chỗ có thể giữ cho sự thực hành được đều đặn, lâu dài. Nếu bạn chỉ làm được trong năm ba ngày rồi xao lãng thì không thể gọi là người con hiếu. Hãy nghĩ xem, cha mẹ chăm lo cho chúng ta từ tấm bé, có bao giờ ngơi nghỉ hay chăng?

"Cha mẹ đối với con cũng có 5 điều. Một là dạy con bỏ điều ác, làm điều lành. Hai là dạy con thường gần gũi những người hiểu biết. Ba là dạy con chuyên cần, chú trọng việc học hỏi. Bốn là khi đến tuổi thì lo việc dựng vợ gả chồng. Năm là chia phần tài sản trong gia đình cho con.

Các bạn thấy đó, cha mẹ lo cho con không chỉ đến lúc trưởng thành là xong việc, mà còn chuẩn bị cho cả cuộc sống của con về sau, chắt chiu dành dụm tài sản để lại cho con, trong khi bản thân mình thì chẳng bao giờ dám tiêu xài hoang phí. Hiểu được như vậy rồi, làm sao các bạn còn có thể sử dụng tiền bạc của cha mẹ vào những việc ăn chơi vô ích nữa, phải không?

"Lễ lạy phương nam là có ý nghĩa người học trò phụng sự thầy phải nhớ 5 điều. Một là giữ lòng cung kính, sợ sệt. Hai là y theo lời thầy dạy bảo. Ba là có những việc giặt giũ, sửa sang phải gắng sức làm. Bốn là chuyên cần học hỏi không chán nản. Năm là sau khi thầy qua đời phải giữ lòng kính ngưỡng, nhớ tưởng, ngợi khen những đức độ của thầy, nhất thiết không được luận bàn đến những điều sai trái, lầm lỗi trước đây của thầy.

"Thầy dạy đệ tử cũng có 5 điều. Một là hết lòng dạy bảo không mỏi mệt, khiến cho học trò mau được hiểu biết. Hai là mong muốn học trò của mình vượt hơn học trò người khác. Ba là muốn cho học trò không quên những kiến thức đã học. Bốn là khi học trò có những chỗ khó khăn, không hiểu, phải tận tình giảng rõ. Năm là mong muốn dạy dỗ sao cho học trò có được trí tuệ vượt hơn cả thầy.

"Lễ lạy phương tây là có ý nghĩa người vợ đối với chồng phải nhớ 5 điều. Một là khi chồng từ bên ngoài đi vào phải đứng lên chào đón. Hai là khi chồng vắng nhà phải lo việc bếp núc, quét dọn, giữ lòng kính trọng mà chờ đợi. Ba là không được khởi lòng dâm dục với người ngoài, phải giữ chặt cửa khuê phòng. Bốn là khi chồng có nặng lời, không được tùy tiện đối đáp, lộ vẻ giận tức; chồng có dạy răn điều gì phải cung kính nghe theo; có sở hữu món gì cũng không được cất giấu để dùng riêng. Năm là phải đợi chồng nghỉ ngơi trước, tự mình xem xét cẩn thận việc nhà rồi mới đi nghỉ sau.

"Chồng đối với vợ cũng có 5 điều. Một là mỗi khi ra vào đều giữ lòng tương kính. Hai là việc ăn uống có giờ giấc thích hợp, không để vợ phải khó nhọc, buồn bực. Ba là khi vợ muốn mua sắm quần áo, đồ trang sức... chớ nên trái ý; nhà giàu có thì sắm đủ, nghèo khó thì tùy sức. Bốn là giao phó tài sản trong nhà cho vợ coi sóc, gìn giữ. Năm là không được dan díu tư tình với người khác, khiến vợ phải sanh lòng nghi ngờ.

"Lễ lạy phương bắc là có ý nghĩa trong sự giao tiếp cư xử với thân thuộc, bạn bè, đôi bên đều phải nhớ 5 việc. Một là khi có người làm việc xấu ác, lỗi lầm, những người khác phải thay nhau khuyên bảo, can gián, ngăn chặn. Hai là khi có người gặp tai nạn rủi ro, ốm đau tật bệnh, những người khác phải quan tâm chia sẻ giúp đỡ, chữa trị bệnh tật. Ba là khi một ai đó có lời nói riêng trong nhà, những người khác không được mang ra nói với người ngoài. Bốn là phải giữ lòng kính trọng, ngợi khen điều tốt của nhau; duy trì quan hệ tới lui thăm viếng; nếu như có lúc đụng chạm, xung đột nhau cũng không được sanh lòng buồn giận, oán hờn. Năm là trong quan hệ có sự khác biệt giàu nghèo chẳng giống nhau, nên giúp đỡ, hỗ trợ, cứu vớt lẫn nhau; khi có món ngon vật quý nên chia sẻ cho nhau.

"Lễ lạy phương dưới là có ý nghĩa người chủ đối với những kẻ giúp việc phải biết 5 điều. Một là trước hết phải lưu tâm đến các nhu cầu đói no, lạnh nóng của họ, rồi sau mới sai khiến công việc. Hai là khi họ có bệnh phải lo mời thầy thuốc chữa trị. Ba là không được dùng đến đòn roi, đánh đập một cách sai lầm, cần phải tra xét sự việc rõ ràng rồi sau mới trách phạt. Việc có thể tha thứ thì nên tha thứ; không thể tha được mới phải trách phạt để dạy dỗ. Bốn là khi họ có đôi chút tiền riêng không được tìm cách đoạt lấy. Năm là khi cung cấp, phân chia món gì cho họ đều phải công bằng, bình đẳng như nhau, không được có ý thiên vị.

"Người giúp việc đối với chủ cũng có 5 việc. Một là phải lo dậy sớm, không đợi chủ gọi. Hai là phải biết những việc nên làm thì tự lưu tâm làm, không để nhọc lòng chủ sai khiến. Ba là phải biết thương tiếc quý trọng tài sản của chủ, không được coi rẻ mà vất bỏ, làm hư hỏng. Bốn là mỗi khi chủ nhà có việc ra vào, phải lưu tâm đưa đón. Năm là chỉ nên ngợi khen những điểm tốt đẹp của chủ, không được bàn nói những việc xấu lỗi.

"Lễ lạy phương trên là có ý nghĩa người cúng dường các bậc sa-môn, thiện tri thức phải nhớ 5 điều. Một là phải dùng tâm chân thật hướng về. Hai là phải cung kính làm việc phụng sự, không cho là khó nhọc. Ba là phải thường nhiều lần thưa hỏi đạo lý. Bốn là phải lắng nghe, suy ngẫm rồi tu tập làm theo. Năm là phải thưa hỏi rõ về tông chỉ của việc niệm Phật, tham thiền, ngày đêm chuyên cần tu tập.

"Hàng sa-môn, thiện tri thức khi chỉ bày cho người cũng phải nhớ 5 điều. Một là dạy người tu tập các pháp bố thí, trì giới, nhẫn nhục, tinh tấn, định tâm,[1] trí huệ. Hai là dạy người những điều thuộc về oai nghi, lễ tiết, không để buông thả, phóng túng. Ba là dạy người giữ cho lời nói với việc làm luôn tương xứng, hoặc thà nói ít làm nhiều chứ không được nói nhiều làm ít. Bốn là dạy người chuyên cần lễ bái Tam bảo, khởi lòng thương xót hết thảy mọi loài chúng sanh. Năm là dạy người hồi hướng công đức, phát nguyện cầu sanh Tịnh độ, chứng đắc đạo Bồ-đề rồi sẽ trở lại hóa độ chúng sanh.

"Làm theo đúng như những điều trên gọi là cung kính vâng theo lời cha lễ lạy sáu phương. Nếu không làm được như vậy, dù lễ lạy cũng là vô ích."

Bấy giờ, *Thi-ca-la-việt* liền xin thọ trì Năm giới, ân cần lễ bái Phật.

Đức Phật liền nói kệ tóm lại rằng:

Gà gáy sớm thức dậy,
Mặc áo, bước xuống giường,
Rửa mặt, súc miệng sạch,
Hai tay dâng hương hoa.
Khêu đèn, thay nước sạch
Cúng dường Phật, Pháp, Tăng.

---

[1] *Về pháp thứ năm trong sáu ba-la-mật, hầu hết các kinh điển được dịch về sau đều dịch là "thiền định". Riêng ở đây ta thấy dịch là "định tâm", còn trong bản dịch của ngài An Thế Cao là "nhất tâm". Chúng tôi thấy những cách dịch này có vẻ thích hợp hơn trong bối cảnh chung của sáu phẩm chất đang được đề cập. Cách dịch là thiền định dường như do ảnh hưởng sự phát triển mạnh của Thiền tông trong giai đoạn sau này.*

Chắp tay cung kính lễ,
Phát nguyện đền Bốn ơn.[1]
Sáu pháp ba-la-mật,
Thảy thảy đều tu học.

Bố thí trừ tham lam,
Trì giới không hủy phạm,
Nhẫn nhục hết nóng giận,
Tinh tấn khỏi mê trầm,
Định tâm không tán loạn,
Trí huệ dứt ngu si.

Ngày tháng chẳng đợi người,
Chuyên cần không lười nhác.
Khổ sanh, già bệnh, chết,
Mạng người nào được lâu!

Huống chi lúc lâm chung,
Thân thuộc không thể giúp,
Lại không nơi trốn tránh,
Không thuốc nào cứu được.

Phước trời còn phải hết,
Phước người được bao lâu?

---

[1] Bốn ơn (Tứ ân, hay Tứ trọng ân): là bốn công ơn mà tất cả mọi người đều nhận chịu và phải hết lòng báo đáp, gồm có: 1. Ơn cha mẹ sinh thành dưỡng dục; 2. Ơn chúng sinh, hay ơn xã hội, tạo mọi điều kiện cho mình sinh sống; 3. Ơn đất nước, giữ cho mình được yên ổn làm ăn sinh sống; 4. Ơn Tam bảo, chỉ dạy điều lành và chân lý để mình tu tập đạt đến giải thoát.

*Cha mẹ cùng vợ, con...
Như khách cùng quán trọ,
Cùng ngủ nghỉ qua đêm,
Sáng ra, người một nẻo.
Vô thường cũng như vậy,
Sớm lo hướng cõi Phật.*

*Huống chi trong sáu đường,
Luân hồi không tạm nghỉ.
Nay may được làm người,
Lại nghe pháp sâu mầu.*

*Tự tu, dạy người tu,
Ta, người đều lợi ích.
Ba-la-mật là thuyền,
Vượt qua biển sanh tử.*

*Cực Lạc A-di-đà,
Nguyện lực khó nghĩ bàn.
Dẫn bước lên thềm vàng,
Được thọ ký quả Phật.
Bốn chúng vâng làm theo,
Cầu sanh về Cực Lạc.*

*Con trai Thi-la-việt,
Nghe Phật thuyết pháp rồi,
Lòng hân hoan phấn khởi,
Lễ bái tin nhận lời.*

Các bạn thân mến! Qua hai câu chuyện ngắn vừa được nghe, có lẽ các bạn cũng đã phần nào hiểu ra được phải làm những gì, phải sống như thế nào để có thể báo đáp công ơn cha mẹ.

Chúng tôi rất mong rằng tất cả các bạn đều sẽ trở nên những người con hiếu thảo, những người công dân tốt của xã hội chúng ta. Mong rằng sẽ được gặp lại các bạn trong những câu chuyện kể khác.

Thân ái chào tạm biệt!

MỤC LỤC

Lời giới thiệu 5
Báo đáp công ơn cha mẹ 7
Phật dạy kinh Lễ bái sáu phương 37

Lời thưa

Trong kinh Pháp Cú, đức Phật dạy rằng: "Pháp thí thắng mọi thí." Thực hành Pháp thí là chia sẻ, truyền rộng lời Phật dạy đến với mọi người. Mỗi người Phật tử đều có thể tùy theo khả năng để thực hành Pháp thí bằng những cách thức như sau:

1. Cố gắng học hiểu và thực hành những lời Phật dạy. Tự mình học hiểu càng sâu rộng thì việc chia sẻ, bố thí Pháp càng có hiệu quả lớn lao hơn. Nên nhớ rằng **việc đọc sách còn quan trọng hơn cả việc mua sách**.

2. Phải trân quý kinh điển, sách vở in ấn lời Phật dạy. Khi có điều kiện thì mua, thỉnh về nhà để tự mình và người trong gia đình đều có điều kiện học hỏi làm theo. Không nên giữ làm của riêng mà phải sẵn lòng chia sẻ, truyền rộng, khuyến khích nhiều người khác cùng đọc và học theo. Không nên để kinh sách nằm yên đóng bụi trên kệ sách, vì **kinh sách không có người đọc thì không thể mang lại lợi ích**.

3. Tùy theo khả năng mà đóng góp tài vật, công sức để hỗ trợ cho những người làm công việc biên soạn, dịch thuật, in ấn, lưu hành kinh sách, **để ngày càng có thêm nhiều kinh sách quý được in ấn, lưu hành**.

Thông thường, việc chi tiêu một số tiền nhỏ không thể mang lại lợi ích lớn, nhưng nếu sử dụng vào việc giúp lưu hành kinh sách thì lợi ích sẽ lớn lao không thể suy lường. Đó là vì đã giúp cho nhiều người có thể hiểu và làm theo lời Phật dạy. Mong sao quý Phật tử khắp nơi đều lưu tâm đóng góp sức mình vào những việc như trên.

TINH YẾU THỰC HÀNH PHÁP THÍ

- *Mua thỉnh kinh sách về đọc, tự mình sẽ được rất nhiều lợi ích.*
- *Chia sẻ, truyền rộng bằng cách cho mượn, biếu tặng kinh sách đến nhiều người thì lợi ích ấy càng tăng thêm gấp nhiều lần.*
- *Đóng góp công sức, tài vật để hỗ trợ công việc biên soạn, dịch thuật, giảng giải, in ấn, lưu hành kinh sách thì công đức lớn lao không thể suy lường, vì có vô số người sẽ được lợi ích từ việc lưu hành kinh sách.*

www.ingramcontent.com/pod-product-compliance
Lightning Source LLC
LaVergne TN
LVHW021740060526
838200LV00052B/3380